# இதயத்தின் குரல்

க.பானுபிரியா

ஏலே பதிப்பகம்

க.பானுபிரியா

# முன்னுரை

மனிதனின் மனமோ புரியாத புதிர். மனிதராகிய எல்லோரின் உள்ளும் எப்போதும் ஒரு குரல் ஒலித்துக் கொண்டே இருக்கும். யார் குரல் அது? அனைவருள்ளும் ஒளிந்திருக்கும் ஆழமான உள்ளுணர்வு தான் அந்தக் குரல். மனித மனதில் பல விதமான எண்ணங்கள் தோன்றும். பல விதமான உணர்வுகள் எழும் இடமும் மனமே. சமுகத்தைப் பற்றி, இயற்கையைப் பற்றி, என எதைப் பற்றியும் எண்ணங்கள் தோன்றும். ஆனால் எங்கு எப்போது தோன்றும் என்பது யாரும் அறியப்படாத ரகசியம். இயற்கையை காணும் போது, சமுகத்தை காணும் போது, மனிதரை காணும் போது, என எல்லாவற்றைக் காணும் போதும், என்னுள் ஒரு குரல் ஒலித்துக் கொண்டே இருந்தது. என்னுள் தோன்றிய உணர்வுகளால் எழுந்த வரிகளை காகிதத்தில் கவிதைகளாக அள்ளி வீசுவதில் ஆர்வம் வந்தது. அந்த ஆர்வத்தால் இதயத்தின் குரல் என்ற இப்புத்தகத்தை எழுதியுள்ளேன். எனது எண்ணங்களே எழுத்துக்களாக இப்புத்தகத்தில் உள்ளது. இப்புத்தகத்தில் உள்ள ஒவ்வொரு வரிகளும் என்னுடைய எண்ணங்களையும் கருத்துக்களையும் பிரதிப்பலிக்கும். கிறுக்கலாய் இருந்த எனது எழுத்துக்கள் கவிதைகளாக இப்புத்தகத்தில்!


என்றும் அன்புடன்

க.பானுபிரியா

# உள்ளடக்கம்

## ஆதவனும் வெண்மதியும்

ஆதவனும் வெண்மதியும் காதல் என்ற உணர்வால்
பிணைந்த இரு மனங்கள்.

ஆதவனோ தினமும் செந்நிறக் கதிர்களை எழுப்பிக்
கொண்டு பரந்து விரிந்த ஆகாயத்தில் பகலில்
வெண்மதியை தேடி அலைகிறான்.

தேடலில் சுகம் கண்ட அவனோ,
தூரிகை அல்லாமல் சித்திரங்களுக்கு வர்ணம்
தீட்டுகிறான்.

மேகங்களை கலைத்துப் போடுகிறான் பல வித
ஓவியங்களாக!

வெண்மதியோ இருளில் சற்றும் சலிப்புக் கொள்ளாமல்
ஆதவனை தேடி அலைகிறாள்.

அவளின் தேடுதலுக்கு துணையாக எண்ணிலடங்கா
தோழிகள் வந்தனர் நட்சத்திரங்களாக!

வெண்மதியோ ஆதவனை எண்ணி எண்ணி கரைகிறாள்
அமாவாசையாக!
சில நேரங்களில் ஆதவனின் வருகையை எதிர்பார்த்து
வளர்கிறாள் பௌர்ணமியாக!

ஆதவனோ எவ்வித கவலைக் கொள்ளாமல்
நம்பிக்கையுடன் தேடுகிறான் ஒரு நாள் சந்திப்போம்
என்று!

இவர்களின் தேடுதலுக்கு முடிவே இல்லையா?
ஆதவனும் வெண்மதியும் சந்திப்பார்களா?

ஆதவனும் வெண்மதியும் இணைவார்களா?
முடிவில்லா தேடலில் ஆதவனும் வெண்மதியும்!

## ஒப்பனை இல்லா அகம்

முகத்திற்கு தான் ஒப்பனைகள் எல்லாம்,
அகத்திற்கு எவ்வித ஒப்பனையும் தேவையில்லை.

அதனால் தான் என்னவோ அகத்தின் அழகு நீண்ட காலம்
நீடித்திருக்கிறது.

ஆனால் முகத்தின் அழகோ நீண்ட காலம் நீடிப்பதில்லை.

முகத்தை அழகு படுத்துவதில் அதிக ஆர்வத்தை காட்டும்
பலர் அகத்தை அழகுப்படுத்த ஆர்வத்தை
காட்டுவதில்லை.

முகத்தை பல வித பொருட்களால், அணிகலன்களால்
அலங்கரித்து கொள்வதை விட அகத்தை தூய்மையான
எண்ணங்களால் அலங்கரித்துக் கொள்ளலாம்.
முகத்தின் சாயமோ வெளுத்து விடும், ஆனால் அகத்தின்
சாயம் என்றும் வெளுப்பதில்லை.

ஒப்பனை இல்லாத அகங்கள் எங்கு
தேடினாலும் எளிதில் கிடைத்து விடும்.

ஆனால் ஒப்பனை இல்லாத முகங்கள் எளிதில்
கிடைப்பதில்லை.

ஒப்பனைகளில் சிறந்த ஒப்பனை புன்னகையே!

## சுதந்திரப் பறவை

சிறகை விரிக்காத பறவை என்றும்
பறந்ததில்லை.

வானத்தின் உயரே செல்ல,
சிறகை விரித்து பறந்தே ஆக வேண்டும்.

சிறகுகள் இல்லாமல் பறக்க காகிதங்களாலும்,
பலூன்களாலும் மட்டுமே சாத்தியம்.
அதுவும் காற்று வீசினால் மட்டுமே சாத்தியம்.

பறவைகளோ காற்றை நம்பி இல்லை,
தன் சிறகை நம்பியே உயரே பறக்கிறது.

மனிதனின் வாழ்வில் உயரே செல்ல வேதனைகளை
கடந்தால் மட்டுமே சாதனைகளால் பறக்க இயலும்.

வேதனைகளால் கூண்டினுள் அகப்பட்ட
பறவை போல் இருக்காதே,

சுதந்திரமாக சிறகை விரித்து
எல்லையில்லாமல் உயரே பறந்து செல்.

## மலர்ந்தது அகம்

மலர்ந்தது மலர் மட்டும் அல்ல,
எனது முகமும் அகமும் கூட உன்னைக் கண்ட பிறகு!

உன் நினைவால் உருகியது பனிக்கூழ் அல்ல என் மனம்!

நான் கவனம் சிதறாத நாட்களை விட சிதறிய நாட்களே
அதிகம் உன் நினைவால்!

இதயத்தில் இடம் கொடுக்கலாம்,
ஆனால் இதயத்தையே கொடுக்க கூடாது என
உணர்ந்தேன் உன்னால்!
எனது கையின் ரேகை அழிந்தாலும் அழியும், ஆனால்
உன் நினைவுகள் என்றும் அழியாத சுவடுகளாய்!

## கடற்கரையில்!

அந்திப் பொழுதில்,
அந்தி மந்தாரையின் வாசம் வீச,
காரிருள் கண்ணை மறைக்க,

சில்லென்ற தென்றலோ இதமாக தேகம் தீண்ட,
இருளின் ஒளி விளக்காய் சந்திரன் பொன்னொளி வீசிக்
கொண்டிருக்க,

என் கால்களை தொட்டுச் செல்லும் அலைகள்,
தனிமையில் இனிமை காணும் தருணம்,

அவளின் நினைவுகளை கடல் மேல் ரோஜா இதல்களை
தூவி வரவேற்பேன் நெடுந்தூர கடற் பயணத்திற்கு!
திசையறியாமல் ஆழியில் மிதப்பது தோணி
மட்டுமல்ல நானும்!

## சாலையோர வாழ்வு

சாலையோர மலர்கள் மலர்ந்திருந்த  வேளையில்
சாலையோர மக்களின் மனமும் மலர்ந்திருந்தது.

சிறு குடிசையில் குட்டியான அழகான
உறவுகள் நிறைந்த குடும்பம்,

ஒட்டுமொத்த உலகிற்கும் ஒற்றை நிலாவின் வெளிச்சம்,

அதைப் போலவே சிறு விளக்கின் ஒளியில்,
வெளிச்சம் பெறுகிறது ஒட்டுமொத்த குடும்பமும்!

அதிகபட்ச ஆசையில்லை,
ஆடம்பரமும் இல்லை,

எளிதான வாழ்க்கை,
வறுமையிலும் வெறுமை காணாமல்,
அவர்களுக்கென்ற தனி உலகத்தில்,

குறைந்தபட்ச எதிர்பார்ப்புகளுடன் மகிழ்ச்சியோடு வாழும்
மக்கள்,

சிறு குடிசைக்குள் பேரின்பம்,
சமையலறை படுக்கையறை என எல்லா அறைகளும் சிறு
குடிசைக்குள்ளே,

சாலையோர மக்களின் ஆடையில் அழுக்கு இருக்கலாம்,
ஏன் அவர்கள் வாழும் இடங்களிலும் அழுக்கு இருக்கலாம்,

ஆனால் அவர்களின் மனங்களில் அழுக்கு இருக்க
வாய்ப்பில்லை.

## வெற்றுக் காகிதம்

வரையப்படாத பல ஓவியங்களை சுமக்கிறது என்
வெற்றுக் காகிதம்,
எழுதப்படாத எழுத்துக்களை சுமக்கிறது என் வெற்றுக்
காகிதம்,

இறக்கை இல்லா பறவையைப் போல பறந்து செல்கிறது
என் வெற்றுக் காகிதம்,

அனலில் வெந்து சாம்பலாகியது என் வெற்றுக் காகிதம்,

பனியில் நனைந்து நமந்தும் போனது என் வெற்றுக்
காகிதம்.

## என்னை ரசித்தவள்

நான் தேடிப் போன பெண்ணோ,
என் இதயத்தில் பல காயங்களை ஏற்படுத்தி சென்று
விட்டாள்.

ஆனால் என்னை தேடி வந்தப் பெண்ணோ,
என் இதயங்களில் ஏற்பட்ட ஒட்டு மொத்த காயத்திற்கும்
இதமாக மயிலிறகால் மருந்தை இடுகிறாள்.

நான் ரசித்த பெண்ணோ என்னை விட்டுச் சென்றாள்.
என்னை ரசித்த பெண்ணோ என்னோடு வந்து சேர்ந்தாள்.

நான் தேடி செல்வதை விட்டு விட்டேன்.
என்னை தேடி வருவதை ஏற்றுக் கொண்டேன்.

## நள்ளிரவில்!

அடர்ந்த இருளால் ஆளப்பட்ட நள்ளிரவு,
நிற்க மனமில்லாமல் மழைச்சாரல் தூவிக் கொண்டே
இருக்க,

பூக்களோ சாரலில் நனைந்து காற்றுக்கு மழையோடு
அசைந்தாடுகிறது.

பல மனித சத்தங்கள் ஓங்கியிருந்த தெருக்களோ,
இன்று அமைதியை அடையாளம் கொண்டிருக்கிறது.

சிறு மழைத் துளியின் சத்தமும் செவிக்கு இசையாக,

ஆளில்லா சாலையில்,
நான் மட்டும் தனியாக நடந்து செல்லும் வேளையில்,

பல கதவுகள், ஜன்னல்கள் பூட்டப் பட்டிருந்தாலும்,

என் இதயக் கதவு திறந்தது இத்தருணத்தில்,
தனிமையில் இனிமை கண்டு சிந்தையிழந்த தருணம்,

இயந்திர உலகில் சுதந்திரமாக பறந்தேன் இந்த
நள்ளிரவில்!

## இலக்கை நோக்கியப் பயணம்

கடலை நோக்கி செல்லும் நதிகளுக்கு தனக்கென்று
பாதையில்லை.
போகும் இடத்தையெல்லாம் பாதையாக்குகிறது.

சில நேரங்களில் கற்கள் நிறைந்த கரடுமுரடான
பாதைகளில்,
சில நேரங்களில் மென்மையான பாதைகளில்,

பாதைகள் பல மாறினாலும்,
கடலை நோக்கியப் பயணமோ என்றும் மாறாது.

கடலை சேரும் நதிகளுக்கு ஆர்வமும் உறுதியும்
விடாமுயற்சியும் சற்று அதிகம்.

## கூண்டினுள் அகப்பட்ட சுதந்திரப் பறவை

சுதந்திரப் பறவை போல் சுற்றித் திரிகிறாள் ஒரு பெண்.

முற்றிலும் இருளால் சூழப்பட்ட வீதியில் ஒன்றுக்கும்
மேற்பட்ட கழுகுகள் வட்டமிட்டு சுற்றி சுற்றி வருகின்றன
அந்த ஒரு பெண்ணிற்காக!

அதை அறிந்த அப்பெண்ணோ தரையில் துடிக்கும்
மீனைப் போல துடிக்கிறாள்.

சுதந்திரப் பறவை போல் சுற்றித் திரிந்தவளோ,
கூண்டினுள் அகப்பட்டது போல் உணர்கிறாள்.

கழுகுகளுக்கு இரையாகாமல் எப்படி தன்னை காப்பாற்றிக்
கொள்வாள்.

பெண் என்றால் போதைப் பொருளா?
அழகாக செடியில் மலர்ந்திருக்கும் மலரை பறித்து அதன்
இதல்களை பிய்த்துப் போடுகின்றனர்.

வாசமுள்ள மலரை வாசமில்லா மலர் போல்
மாற்றுகின்றனர்.

ஒரு பெண் ரோஜாவாகவும் இருக்க வேண்டும்,
அச்செடியின் முள்ளாகவும் இருக்க வேண்டும், பிறர்
அவளை தொடாமல் இருப்பதற்கு!

இப்பிரச்சனைக்கு தீர்வே இல்லையா?
தவறு இழைப்பவர்களுக்கு கட்டுப்பாடுகளும் இல்லை
விதிகளும் இல்லை.

அதற்கு மாறாக பெண்ணிற்கே
கட்டுப்பாடுகளும் விதிகளும்!

## நாம்

சுடும் நெருப்பாய் நீ,
பொழியும் பனியாய் நான்,
சேர முடியாமல் நாம்.
ஆதவனாய் நீ,
வெண்மதியாய் நான்,
சேர முடியாமல் நாம்.
பகலாய் நீ,
இருளாய் நான்,
சேர முடியாமல் நாம்.

## என்றும் புதிரே!

புரியாத புதிர்
எது?
மனிதர்களின் மனமா?
இயற்கையா?
இல்லை,
வாழ்க்கை.

தினம் தினம் புதிர் போடும்,
வாழ்க்கையை புரிந்து கொள்ள முயற்சி செய்தால்,
தோற்றுப் போவது நாமே.

புதிருக்கு விடையை தேடி சில நாட்கள்,
குழப்பத்தில் சில நாட்கள்,
சோகத்தில் சில நாட்கள்,
சந்தோஷத்தில் சில நிமிடங்கள்,

அதிர்ச்சியில் சில நொடிகள்,
ஆச்சரியத்திலும் சில நொடிகள்,

நாட்களும், நிமிடங்களும், நொடிகளும் கடந்து செல்கிறது.
வாழ்ந்திடு ஒவ்வொரு நொடியிலும்!

நீயே திரும்பி சென்று அந்த நொடிகளில் வாழ
நினைத்தாலும் முடியாது.

வாழ்க்கையோ கடிகாரம் போல,
நாமோ அதில் இருக்கும் முட்கள் போல ஓய்வில்லாமல்
ஓடிக் கொண்டே இருக்கிறோம்.

# வெயிலுக்கு வாடாத மலர்

அக்னி வெயிலில் தான் அழகான மலர் மலரவும்
செய்கிறது,
வாடவும் செய்கிறது.

அக்னி வெயில் போல கஷ்டங்கள்,
அதில் வாடுவதும் மலர்வதும் நம் கையிலே!

அக்னியில் பூத்த மலர் வெயிலுக்கு அச்சப்படுமா?

அதைப் போல கஷ்டத்திலே பிறந்த மனிதன் கஷ்டத்தை
கண்டு வாட மாட்டான்.

பிறக்கையிலே அன்னைக்கு சுகமான துன்பத்தை
கொடுத்தோம்.

பிறப்பு முதல் இறப்பு வரை இன்பமும் துன்பமும் மாறி
மாறி ஆட்சி செய்கையில்,

அதில் வாழ்வதும் வீழ்வதும் நம் கையிலே!

## பார்வையற்றவளின் பார்வையில்!

இருள், பகல் என மாறி மாறி வரும் உலகினில் என்றும்
இருள் சூழ்ந்த உலகத்திலே வாழ்ந்து வருகிறாள்.

அவளது உள்ளமோ மெய்களால் நிறைந்தது.

இயற்கையின் அழகினை கண்டதில்லை.
அவளின் அழகினையும் அவள் கண்டதில்லை.
எவ்வித அழகையும் அவள் கண்டதில்லை.

முகத்தின் அழகை காணாவிட்டாலும் ஆழமான அகத்தின்
அழகை காணும் திறன் பெற்றவள்.

யார் அவள்?
பார்வையற்றவள்.

இருள் சூழ்ந்த அவளின் உலகத்தை பகலாய்
மாற்றுகிறான்.

இருள் சூழ்ந்த உலகினிலும் இன்பத்தை காண்கிறாள்
அவனால்!

அவனின் உருவம் அறியாத அவளோ,
அவனின் உள்ளத்தையும் உணர்வுகளையும் அறிந்து
கொண்டாள்.

முகம் அறியாதவனின் அகத்தை அறிந்து கொண்டாள்.

அவளால் காண முடியாத பல காட்சிகளை வாய்மொழி
வார்த்தைகளால் எடுத்துரைக்கிறான்.

அவளின் அழகை அவளுக்கே எடுத்துக்காட்டியவன்.

அவளின் ஆசைகளை அறிந்து கொண்டவனும் அவனே!

அவனுள் அவளும், அவளுள் அவனும் சந்தோஷமாக
இணைந்து வாழ்கிறார்கள்.

பார்வை அறியாதே என்ற அச்சம் அவளுள் நெருப்பு போல்
கொளுந்து விட்டு எறிந்தது.

ஆனால் ஒட்டு மொத்த அச்சத்தையும் நான் இருக்கிறேன்
என்ற வாய்மொழி வார்த்தையால் நீக்கி,
அவளுள் பனிமழையைப் பொழியச் செய்தான்.

அவளுக்காகவே அவனின் ஒட்டு மொத்த
வாழ்க்கையையும் வாழ ஆசை கொள்கிறான்.

திசையறியாப் பறவையைப் போல் சுற்றித் திரிந்தவளுக்கு
வழிகாட்டியாய் வந்தவனே அவன்!

இன்று இரு பறவைகளும் ஒன்றோடு ஒன்று பிணைந்து
சந்தோஷமாக சுற்றித் திரிகின்றன.

ஒற்றை மெய்ப்புள்ளியாய் அவன்,

ஆனால் அவளின் மொத்தப் புள்ளியே அவன் தான்!

## வேர்களின் தன்னம்பிக்கைப் பூக்களாக!

இலைகளின் பசுமை,
வேர்களில் இருப்பதில்லை.
பூக்களின் வாசமும் வண்ணங்களும் வேர்களில்
இருப்பதில்லை.

ஆனால் வேர்கள் அல்லாமல் பூக்களும் இல்லை,
இலைகளும் இல்லை.

வேர்களால் தான் மலர்கள் மலர்ந்து மணத்தைப்
பரப்புகின்றன.
வேர்களால் தான் இலைகள் பசுமையாக வளர்கின்றது.

நீரும் வேரும் தன்னம்பிக்கையாக ஒரு சேர மலர்களோ
மகிழ்ச்சியாக மலர்கிறது,
இலைகளோ பசுமையாக தளிர் விடுகிறது.

## இயற்கையோடு நான்

மனிதர்களைப் பற்றி அறியாத பருவத்தில்,

படிக்க ஆசை புத்தகங்களை அல்ல மனிதர்களின்
மனங்களை!

மனிதர்களைப் பற்றி கொஞ்சம் அறிந்த போது,

வாழ ஆசை மனிதர்களோடு அல்ல இயற்கையோடு!

கேட்க ஆசை மனிதர்களின் சத்தங்களை அல்ல
பறவைகளின் சத்தங்களை!

காண ஆசை மனிதர்களை அல்ல இயற்கையின்
காட்சிகளை!

பயணம் செய்ய ஆசை மனிதர்களோடு அல்ல
இயற்கையோடு!

மனிதர்களால் நரகமான இவ்வுலகம் இயற்கையால்
சொர்க்கமானது.

## ஆசைகள் அலையாக!

ஆசைகளோ அலைகளைப் போல ஒன்றன் பின் ஒன்றாக
வந்துக் கொண்டே இருக்கிறது.

ஆசைகளை கடலின் கரையில் எழுதினேன்,
அலைகளோ அடித்து சென்றது.

ஆசைகளை காகிதத்தில் எழுத்துக்களாக எழுதினேன்,
காற்றோ காகிதத்தை எடுத்து சென்று விட்டது.

ஆசைகளை மனதினில் எழுதினேன்,
சூழ்நிலைகளோ கலைத்துப் போட்டது.

காலம் கடந்து சென்றாலும் கூட நிறைவேறா ஆசைகள்
நிச்சயம் நிறைவேறும் என்ற நம்பிக்கையுடன்
காத்திருக்கிறேன்.

## இருளில் பகல்

இருள் எது?
வெளிச்சம் எது?
என்று கண்ணை மூடிக் கொண்டு பார்த்தால்,
எல்லாம் இருட்டாகவேத் தெரியும்.
வெளிச்சத்தை காண இயலாது.

கஷ்டத்தில் இருந்துக் கொண்டு
கஷ்டத்தையே நினைத்து வருந்திக் கொண்டிருந்தால்
கஷ்டம் மட்டுமே தெரியும்.

இன்பம் எப்படி தெரியும் துன்பத்தில்?
இருட்டிலும் தூரத்தில் காணும் சிறு வெளிச்சத்தைப்
போல துன்பத்திலும் இன்பத்தை காண்.

## வெள்ளிக் கிழமையில்!

சாயங்கால வேளையில்,
வீட்டினுள் எங்கும் புகையாய் சூழ்ந்திருக்க,

நறுமணம் எங்கும் வீச,
மீண்டும் மீண்டும் நுகரத் தோன்றிய தருணத்தில்,

தண்ணீர் நிரம்பிய குளம் போல் எண்ணையால் நிரம்பிய
விளக்கு,
சாந்த ரூபத்தில் ஒளிர்ந்து கொண்டிருந்தது.

பூக்கள் பூத்திருந்தது செடியில் அல்ல,
எனது வீட்டின் பூஜை அறையினில்!

மங்கையின் மஞ்சள் பூசிய முகம்,
சீயக்காயில் சலவை செய்த கூந்தல்,

கூந்தலை விட்டு இறங்க மனமில்லாமல் நுனியில்
தேங்கியிருக்கும் சிறு துளிகள்,

கூந்தலில் மணத்தை பரப்பிக் கொண்டிருக்கும்
மல்லிகைப் பூ,
கூடுதல் அழகு சேர்த்தது எனது வீட்டிற்கு!

க.பானுபிரியா

## தன் மதிப்பு அறியாமல்!

பூவின் வாசம் பூ அறியுமா?
காற்றின் சுவாசம் காற்று தான் அறியுமா?
பணத்தின் மதிப்பை பணம் அறியுமா?

சூரிய ஒளியின் முக்கியத்துவத்தை சூரியன் தான்
அறியுமா?
நிலாவின் வெண்மையை நிலா அறியுமா?
நீரின் தூய்மையை நீர் அறியுமா?

பச்சைக் கம்பளங்களை விரித்தாற் போல் எங்கும்
பசுமையால் நிறைந்திருக்கும் பசுமையின்
முக்கியத்துவத்தை மரங்கள் தான் அறியுமா?

இயற்கையின் மதிப்பை இயற்கை அறியாமல் இருப்பதால்
என்னவோ இன்றும் அழகில் மிளிர்கின்றன.

ஒரு வேளை தன் மதிப்பை அறியாமல் இருப்பதால்
என்னவோ,
இன்றும் தன் மதிப்பு குறையாமல் இருக்கிறதோ?

யாருக்குத் தெரியும்.
மனிதனோ தன் மதிப்பை அறிந்து கொள்வதால்
என்னவோ ஆர்வக் கோளாறால் பல செயல்களை
செய்கிறான்.

அவனின் மதிப்பை,
அவனே குறைத்தும் கொள்கிறான் ,
கூட்டவும் செய்கிறான்.

## உயரம் குறைந்தவள்

நீ உருவ உயரத்தில் குறைவாக இருந்தாலும்,
என் இதயத்தில் உன் உயரமோ பனைமரம் போல்
வளர்ந்து நிற்கிறாய்.

நீ உருவத்தில் வளரவில்லை என்றாலும்,
வாழ்வில் மேலோங்கி வளர்ந்துக் கொண்டே செல்கிறாய்.

உருவ வளர்ச்சியை அளவிட முடிகிறது,
ஆனால் வாழ்வில் உன் வளர்ச்சியை அளவிட
முடியவில்லை.

உன்னை நிமிர்ந்தே காண்கிறேன் உருவ வளர்ச்சியால்
அல்ல, வாழ்வின் வளர்ச்சியால்!

## சில்லென்ற தென்றல்

மேகங்கள் ஒன்றோடு ஒன்று முட்டிக் கொள்கின்றன.
பச்சைக் கம்பளங்களை விரித்தாற் போல் எங்கும் பசுமை
நிறைந்திருக்கிறது.

சில்லென்ற காற்றோ மென்மையாக தேகம் தொட்டு
செல்கிறது.
பனியில் நனைந்த பூக்களோ சற்று கூடுதல் அழகினால்
கண்ணை கவர்கின்றன.

பனிமழையில் குளித்து மகிழ்கிறது புற்கள்.
கொட்டும் அருவிகளோ மடை திறந்தாற் போல்
பாறைகளின் மேல் உருண்டோடுகிறது.

இதை காணும் போது எனக்குள்ளும் பனிமழை
பொழிந்தது.

## உதட்டுச்சாயம்

உன் உதட்டுச் சாயத்தை  பல சித்திரங்களுக்கு
வர்ணங்களாக தீட்டினேன்.

போர் கள வீரர்கள் தீட்டியுள்ள கத்தியின் கூர்மையோ,
நீ தீட்டியுள்ள உன் புருவத்தின் கூர்மையில் தோற்று
விடும்.

உன் விழிகளின் கண் மையினை மையாக ஊற்றி பல
வித கவிதைகளைத் தீட்டினேன்.

என் கவிதை வரிகளுக்கு உனது இதயத் துடிப்போ
மெட்டிடுகிறது,
அதற்கு எதிராக  கொலுசு சத்தமும் வளையல் சத்தமும்
மெட்டிடுகிறது.

நமது இசைக்கோ மரங்கள் காற்றில் நடனமாடுகிறது.

## கொதிக்கும் கோழிக் குழம்பு

உன் வாசமோ என் சுவாசத்தினுள் நுழைகிறது.

என்னுள் மட்டுமல்ல அக்கம் பக்கம் வீடுகளிலும் அனுமதி
இல்லாமல்  வாசனையாக நுழைந்து செல்கிறாய்.

அடக் காத்திருப்பு கூட சுகம் தான்,
காதலிக்காக அல்ல,
காதலனுக்காக அல்ல,
கொதிக்கும் கோழிக் குழம்பிற்காக!

எத்தனை முறை உன்னை ருசித்தாலும் தெவிட்டாத
ருசியினை இன்றும் கொடுக்கிறாய்.

உன்னை அழித்து என் நாவிற்கு விருந்து படைக்கிறாய்.

உன் சுவாசத்தை அழித்து எனக்கு வாசத்தை
கொடுக்கிறாய்.

நீ துன்பத்தை சுமந்து எனக்கு இன்பத்தை கொடுக்கிறாய்.

## இதயத்தின் குரல்

அந்தி மாலையில்,
சாமந்தி பூக்கும் வேளையில்,
ஒற்றை சாலையில்,
நீ சேலையில்,
நடந்து செல்லும் வேளையில்,

தேவதையே தெருவில் வந்தாலும் நான் காண மாட்டேன்.
கரிசல் காட்டு மண்ணில் பிறந்த ஒற்றை கருப்பு ரோஜா
அவள்.

என் இதயக் கதவை திறந்தவளும் அவளே,
என் இதயக் கதவை மூடியவளும் அவளே.

வாடகை ஏதும் தராமலே என்னுள் குடி கொண்டிருந்தாள்.

நான் ரசித்த பெண்ணும் நீயே,
என்னை ரசித்த பெண்ணும் நீயே.

உழைப்பால் வியர்வைத் துளிகளை சிந்தியதும்
உன்னாலே,
இன்று நீ இல்லா வலிகளால் கண்ணீர்த் துளிகளை
சிந்தியதும் உன்னாலே.

நீ என்னை நெருங்கும் போது படபடவெனத் துடித்த
இதயமோ,
இன்று வலிகளால் துடித்துக் கொண்டிருக்கிறது.

உன்னை எவ்வளவு தூரம் நெருங்கி வந்தேனோ நீ
அவ்வளவு தூரம் என்னை விட்டு விலகிச் சென்றாய்.

கிறுக்கலாய் இருந்த என்னை கவிதையாய் மாற்றியதும்
நீயே,
இன்று கவிதையாய் இருந்த என்னை மறுபடியும்
கிறுக்கலாய் மாற்றியதும் நீயே.
நீ என்னிடம் கொஞ்சியும் பேச வேண்டாம்,
கெஞ்சியும் பேச வேண்டாம்,

கொஞ்சமாகவும் பேச வேண்டாம்,
நீ என்னிடம் பேசினாலே போதும்.

உன்னை சுமந்த என் இதயமோ,
இன்று உன் நினைவுகளை மட்டுமே சுமந்துக்
கொண்டிருக்கிறது.

என்றும் உன் நினைவுகளோடு நான் இங்கே!

## அறியாத ஆச்சரியக்குறி மனம்

மனிதர்களின் மனமோ புரியாத புதிர்.
வார்த்தைகளால் விவரிக்க முடியாது.

உணர்வுகளால் மட்டுமே உணர முடியும்.
மெய்யும் பொய்யும் நிறைந்த இடமும் மனமே!

வற்றாத எண்ணங்கள் எழுகின்ற இடமும் மனமே!
கல்லாகிய மனதிலும் அன்பு என்ற ஈரம் ஒளிந்துக்
கொண்டே இருக்கும்.

வாழ்க்கை என்ற நெடுந்தூரப் பயணத்தில் எல்லா
உறவுகளுமே வழிப்போக்கர்கள் மட்டுமே!

சிலர் இன்பத்தை கொடுத்துச் செல்வார்கள்.
சிலர் துன்பத்தை கொடுத்துச் செல்வார்கள்.

தன்னைச் சுற்றி ஆயிரம் மனிதர்கள் இருந்தாலும்
தனிமையை உணர வைப்பதும் மனிதர்களே!

தன்னைச் சுற்றி யாருமே இல்லை என்றாலும் கூட
இனிமையாக உணர வைப்பதும் மனிதர்களே!

தேவையின் போது மலர்களை சூடிக் கொள்வதும்,
தேவை முடிந்த பிறகு சூடிய மலரை தூக்கி எறிவதும்
மனிதர்களின் குணம்.

தேவையின் போது மதிப்பதும்,
தேவையில்லாத போது மிதிப்பதும் மனிதர்களின் குணம்.

# வெளித் தோற்றம்

வறண்டு கீறல் விழுந்த மண்ணிலும்,
அடி வேரை ஆழமாக புகுத்தி,

பசுமையாக செழித்து வளர்ந்த ஏராளமான சீமைக்
கருவேலமோ,
தீய பலன்களைத் தருகிறது.

இவற்றை அழிக்கத் தானே தோன்றும்?
வெளித் தோற்றத்தில் பசுமை,
ஆனால் பலன்களில் பசுமையில்லை.

வெளித் தோற்றத்தைக் கண்டு எதையும் எண்ணக் கூடாது.

## அழுக்குப் படிந்த அகம்

ஆடையில் அழுக்கு இருக்கலாம்.
ஆனால் எண்ணங்களில் அழுக்கு இருக்கக் கூடாது.

கறைப் படிந்த ஆடையினை அணிந்துக் கொள்ளலாம்.
ஆனால் கறைப் படிந்த எண்ணங்களை என்றும் அணிந்து
கொள்ளக் கூடாது.

சிலரின் அழுக்குகள் பலரின் வாழ்க்கையைப்
பாதிக்கின்றன.

அழுக்குகள் படிந்த மனதினை தூய்மையான
எண்ணங்களால் சலவை செய்தே ஆக வேண்டும்.

ஆடைகளை சலவை செய்வது எளிதாயினும் மனதினை
சலவை செய்வது சற்றுக் கடினமே!

வண்ணம் நிறைந்த ஆடையின் சாயங்கள் வெளுத்துப்
போகலாம்.

ஆனால் வண்ணமயமான எண்ணங்களின் சாயம் என்றும்
வெளுப்பதில்லை.

## மூடியக் கதவு

எனது இதயக்கதவு மூடியே இருக்கிறது,
திறக்க ஆளில்லாமல் அல்ல,
திறக்க சாவி இல்லாமல்!

என் இதயப் பூட்டின் சாவியை உன்னிடம் கொடுத்தேன்.

ஆனால் நீயோ தொலைத்து விட்டாய்,
என்னை விட்டும் சென்றாய்.

நீ தொலைத்ததோ சாவியை,
நான் தொலைத்ததோ இதயத்தை!

என்றும் இதயப் பூட்டை திறக்க முடியாமல் நான் இங்கே!

## வலிகளால் பல வழிகள்

அவள் நகர்ந்து சென்றாள் என்னிடமிருந்து,
நொடிகளும் நகர்ந்து சென்றது,
நாட்களும் நகர்ந்து சென்றது,
வருடங்களும் நகர்ந்து சென்றது,

நான் மட்டும் நகராமல்,
அவள் விட்டு சென்ற இடத்திலே நிற்கிறேன் அவளின்
வரவை எதிர்பார்த்து!

வழிகள் பல இருந்தாலும் வலிகளை கடந்து செல்ல
முடியாமல் நான் இங்கே,

காலங்கள் கடந்து சென்ற பின்பும் காத்துக் கிடக்கிறேன்.

## சலவையில் மூழ்கிய கூந்தல்

சீயக்காயில் சலவை செய்த கூந்தலோ,
கட்டுக்குள் அடங்காத காளையைப் போல,

கட்டுக்குள் அடங்காமல் காற்றில் அங்கும் இங்குமாய்
அலை மோதுகிறது.

காற்றும் கூந்தலும் கொஞ்சி விளையாடுகிறதோ?

**பிரிவு இல்லா உறவு எங்கே?**

எல்லையில்லாத அன்பும்,
தொல்லையில்லாத அன்பும்,
என்றும் தோற்றேப் போகாது.
காலம் கடந்து பயணிக்கும் இதயத்தில்!

பிரிந்தாலும் கல்லில் ஊறும் ஈரம் போல் என்றும் அன்பு
ஊறிக் கொண்டே இருக்கும் நினைவினில்!

சேற்றில் மயில் விளையாடியதுண்டா?
நமது பிரிவோ சேறு,

அதில் நான் மயிலாய் உன் நினைவுகளோடு
விளையாடுகிறேன்.

உருவத்தில் தான் நீ என்னோடு இல்லை,
ஆனால் இதயத்தில் என்றும் என்னோடு இருக்கிறாய்.

## இனிமையான தேடல்

கண்ணை கட்டி விட்டு கண்ணாமூச்சி ஆடினாலும்,
காரிருள் கண்ணை மறைத்தாலும்,
நீ எங்கு ஒளிந்து கொண்டாலும்,

கருங்குயிலே உன் இனிமையான குரலை வைத்து
கண்டுப்பிடிப்பேன்.

நீ சிறகடித்து பறக்கும் ஓசையை வைத்தும்
கண்டுப்பிடிப்பேன்.

## ஆழமான மொழி

மொழிகள் பல இருந்தாலும்,
விழிகள் பேசும் மொழி புரிந்து விடில்,
இதழ்கள் பேசும் மொழி தேவையில்லை.
மௌன மொழிக்கே ஆழமும் அதிகம்
அர்த்தமும் அதிகம்.

# தோல்வியும் வெற்றியே

அன்பினை அடையாளம் கொண்டவனோ,
பல இடங்களில் தோற்க நேர்ந்தாலும்,
அது தோல்வியல்ல,
வெற்றியே.

அன்பிற்கு எல்லையில்லை,
ஈடு இணையுமில்லை,
தோல்வியுமில்லை.

## சுதந்திரமாக வாழ்

இஷ்டப்படி வாழ்
யாருக்கும் நஷ்டமில்லாமல்!
கஷ்டப்பட்டும் வாழாதே,
கடமைக்காகவும் வாழாதே,
உனக்காக வாழ்.
சுதந்திரத்திற்கே சுதந்திரம் கொடுத்து வாழ்ந்து விட்டு
செல்.

## ரசிக்க சில நிமிடங்கள்

சில மின்னல்கள் வானத்தை அழகாக்கவும் செய்கிறது.
சில மின்னல்கள் நம்மை அச்சுறுத்தவும் செய்கிறது.
இருந்தாலும் இடி மின்னல்களை ரசிப்பதை நாம்
விடுவதில்லை.

அதுப்போலவே
வாழ்க்கையை ரசிக்க வைக்கின்றனர் சிலர்,
வாழ்க்கையை வெறுக்க வைக்கின்றனர் சிலர்,
வாழ்க்கையை வெறுப்பதை விட ரசித்து தான்
வாழ்வோமே!

ரசிக்க மட்டுமே!

இயற்கையில் ஆயிரம்
அழகான காட்சிகள்
இருந்தாலும்
அவற்றை ரசிக்க மட்டுமே இயலும்.
உடைமையாக்கி கொள்ள இயலாது.

அதுப்போலவே,
என் காதலும்
அவளை ரசிக்க மட்டுமே முடிந்தது.
உடைமையாக்கி கொள்ள முடியவில்லை.

## பொய்யும் மெய்யும்

பொய்யான இவ்வுலகில்
மெய்யான ஒன்று
என்றால்
நீ மட்டுமே!

பொய்களால் நிரம்பிய இவ்வுலகில்
மெய்களால் நிரம்பியவள்
என்னவளே!

## மின்மினிப் பூச்சி அவள்

இருளில் மூழ்கிய இரவோ,
சூரியனின் வருகையால் தான்
இவ்வுலகம் வெளிச்சம் பெற்றது.

இருளால் மூழ்கிய என் வாழ்வோ,
உன் வருகையால் தான்
வெளிச்சம் பெற்றது.

## நீ மட்டுமே!

வாழ்க்கையை வெறுப்பதற்கு
ஆயிரம் காரணம்
இருந்தாலும்,

வாழ்க்கையை ரசிப்பதற்கு
ஒரே காரணம்
நீ மட்டுமே!

எனது ஒட்டுமொத்த
ரசனையும் நீயே!

**வெளிச்சம் நீயே!**

எப்போதும் வெளிச்சமாய்
இருங்கள்
உங்கள் வாழ்வில்
மட்டும் அல்ல
பிறரின் வாழ்விலும்!